METONIA WORDS

Book Squirrel Publication

METONIA WORDS

Book*Squirrel* Publication

Regd. Under MSME Act.

"Metonia Wordds"

By: Srisharan S and Samiksha Kukreti

ISBN: 978-93-89557-69-5

Language: Englsih & Tamil

1st Edition

Formatting: Mr_Ash

Cover: Mr_Ash

SAMIKSHA KUKRETI

"An Era for Newbie Indian Authors" - This project of mine emphasizes on bringing the young literary talent from India and providing them a platform to enhance this talent of theirs and meanwhile increasing the literacy rate of India. This way people can express their feelings in the form of words and help in building an educated nation altogether!!!!

METONIA WORDS

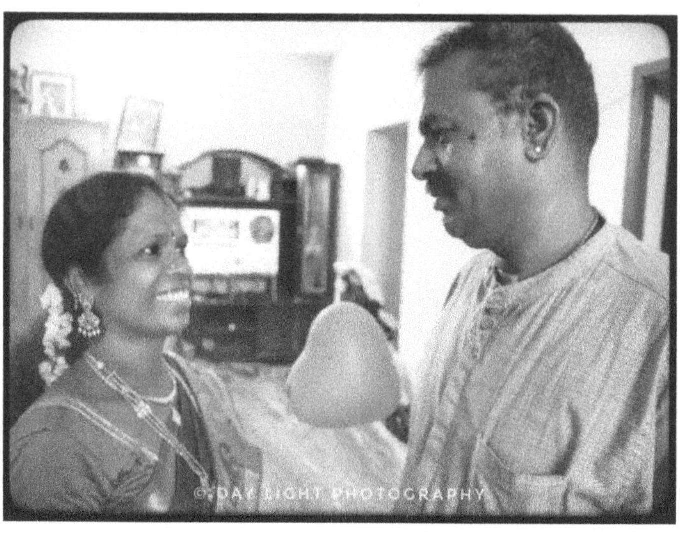

I have been fortunate to have both of you as my parents. You know something... You are the only people who real to me Thank you for giving everything what I want, what I need... I can't move this far without you mom & dad the most beautiful thing is being a reason behind your parent's cutest smiles I wanna say thank you to my friend Santhosh who is passionate writer, always encourages me and being supportive all the time

METONIA WORDS

Everything I'm today and everything I may become tomorrow, is all for the sacrifices you made for me. Thank you for not only being a parent to me, but also being a teacher and a mentor. You are reason for all the successes in my life!

A big thankyou to my teachers who showed me how capable I am of achieving great things and I'll always be grateful to have had **you in my life.**

-Samiksha Kukreti

AUTHORS

SRISHARAN S

Srisharan S born in Tiruchirappalli (a temple city), pursuing Civil engineering Final year and He is passionate in his emotions and thoughts to decipher it in to precious words. He is a novice writer from South India. His writings make others melt. Moreover, he is interested in muscle building

he can be contacted at
sharankrish791@gmail.com

Instagram: _sher..writing__

SAMIKSHA KUKRETI

Samiksha Kukreti is a millennium girl, born on 1st January, 2000. She is currently pursuing engineering in biotechnology. She is Nineteen years old and hails from Haridwar (Uttarakhand) but brought up in New Delhi and Rajasthan. She is a girl of words, an avid reader and a budding creative writer and a poet. writing is her first love. Besides writing, she is a trained kathak dancer. She has done Prabhakar in kathak dance from Prayag Sangeet samiti, Allahabad. She lives life according to the rhythm of her own drum and extremely passionate about writing.

She is a co-author of 2 books "Petals of life" and "Ineffable" and Author of 8 books "Edge of millennium", "A_deep Bhaav", "Mellifluous", "Indie violet", "spark from infinite", "Metonia words", "Scarlet Stella", "Naikaa" and many more to come.

She can be contacted at
1010samiksha@gmail.com

Instagram: iam_samikshakukreti

CO-AUTHORS

BHARATHI RAJA S

Bharathiraja S M born in kallaikiruchi, pursuing Electronics and communication Engineering Final year and Other people can feel his words also melted. He is interested in cricket. He can be conducted at rajiniraja568@gmail.com

Instagram: lagaran_12

HARIPRASATH

Hariprasath S born in Trichy (Heart of Tamil Nadu), is a Mechanical Engineer working in one of the MNC. He is a sports lover. He loves writing love poems and also motivational quotes. He is the one who strongly believes that changes should start from ourselves first.

Ping me at srihari. prasath95@gmail.com

Instagram: hari_s_prasath95

NAVEN KUMAR D

Naven Kumar. D born in Tirupur, pursuing Computer Science and engineering 2nd year and he is excellent in expressing himself through words. His love for Tamil and passion towards writing makes his works unique and beautiful. He is aspiring writer from South of India whose words will stay in your heart so long.

He can be contacted at narmathakas28@gmail.com

HEMALATHA P

Hemalatha. P born in Coimbatore, pursuing Civil engineering pre final year and she is passionate in her emotions and thoughts to decipher it in to precious words. She is a novice writer from South India. Her writings make others melt. She can be contacted at hemalathajayanthi04101999@gmail.com

Instagram: nyt_ride_luber

STEPHY DOLPH J

Stephy Dolph J is born in Theni, Tamil Nadu. She is a first year post graduate student. She has interest in writing and she gets influenced mainly with the reality and most of her writings are personal. You can contact her at stephydolph69@gmail.com.

JAYASHREE R

R. Jayashree, a pure Coimbatorian. Currently in my final year of English Literature in PSG College of Arts and Science. She loves any form of art. She'll never say no to biriyani at any time of the day. Inking paper, bringing life to rectangles through photography, falling in love with lyrics and music makes relish every moment of hers on this planet. E-mail id: apollojay1@gmail.com

JENCY CLARA S

Jency Clara S born in Madurai, studying M.Sc. psychology final year and she is interested to learn psychology and passionate to convert emotions into words. She also interested in learning new things and she love to explain feelings and emotions into Tamil poems. Her main aim to become a writer... moreover she is a good reader as well as good listener. she can be contacted at jensiclara@gmail.com_Instagram: tamil-kavithai-regi

JENISHARINIDEVAKIRUBA D

Jenisharinidevakiruba D belongs to Pudur, a village in South India. She is doing her master degree in English literature but very much interested to pen down in her native language (Tamil). She is an optimistic writer; the readers can find a positive tone in her words. She is also a passionate singer.

Mail her: jenisharini98@gmail.com

Instagram: sour_mittai

KALPANA K.

K. Kalpana, she assumes herself a happy being, Tea can keep her alive for so long, Sociopath who lives in her Lalaland, believes in destiny and all the other things that the world forbids...

Instagram: k_.kalpana._

ROOPESH BABU

Roopesh Babu born in Tiruchirappalli... He is veteran in writing poem, quotes in his mother of language Tamil. He is good public speaker.   He can be contacted at babu.roopesh20@gmail.com

SAJINI B

Sajini. B, born in Coonoor, a town from Niligris who is pursuing BSc Psychology, second year. She is indulged in provocative insight which engages in few phrases of anecdotes. She is an autodidact, a bibliophile and is considering herself as oddball. She can be reached Email: thararuwaydah@gmail.com

Instagram: sajini_baashaa

SETHUPATHY

Sethupathy. P. N born at Coimbatore, pursuing Civil engineering Final year and He is passionate in writing. He is a novice writer from South India. His writings make others ecstatic he can be contacted at sethupathypn@gmail.com

Instagram: _swag20

YAZHINI B

Yazhini. B, Pen name: kayal is a final year of English literature student in PSG college of arts and science, Coimbatore... Love to make others love my writings...

Instagram: _kavithai_kaathali

SRISWATHI R

Sriswathirajendran born in Udumalpet, pursuing B.Sc. nutrition and dietetics final year and she is very passionate on writing and she started this as the way of expressing her and other's emotions through respectful and unforgettable words. Moreover, she is interested in classical dance and music. She can be contacted at sriswathirajendran@gmail.com

Instagram: kaariga_00

RADHA A.

Radha Anantharaman was born in the last year of the 90s decade, has completed her Master's degree in English literature and Bachelor's degree in Education and has a deep passion to write poems and quotes. She is a young budding poet hailing from Kumbakonam, South India. Her writings reflect her deep affinity and concern that she has for love and affection towards others. Moreover, she is a good singer and a dancer. She can be contacted at radhanarmadha@yahoo.com

CATHERINE DEVAKIRUBAI J

Catherine Devakirubai J born in the last year of the 90s decade, has completed her bachelor's degree in English literature and has a deep passion to pursue her master in social work. She has cleared her IELTS with band 8 and will be leaving abroad soon for her higher studies. She is a young budding poet hailing from Tiruchirappalli, South India. Her writings reflect her deep affinity and concern that she has for the society and women empowerment. Moreover, she is a good singer and an artist. She can be contacted at cathyjosh20@gmail.com Instagram: cathy_joshua99, her_emotion

SHEIK UDUMAN K

Sheik Uduman K from Kadayanallur,Tenkasi which is the nature's own property(a thendral city).He had completed his Civil Engineering course. He is fond of writing. His words take us to the depth of feelings. In short, he is the lover of poems. He is an imaginist and on the whole he owns his imaginary world of love and romantics. Therefore, he is a prisoner in his inner soul... Can Contact him through:
Sheikuduman401@gmail.com

Instagram Id: kavithaigalin_kadhalan_uduman

ALBERT DANIEL

Albert Daniel born in Madurai He is studying mechanical engineering He is passionate in writing and photography. His photography studio name is " Daylight photography" Which is situated Madurai. He is a youtuber... He runs a YouTube channel called onewaykadhal

You can contact him albert.daniel16@gmail.com

SANTHANA SELVI

Santhana Selvi born in Madurai She is passionate about writing. She is tricky writer. She is studying BBA She can contact at

Santhanaselvi10042000@gmail.com

RANCHITA

Ranchita is a Senryu Writer Who now lives in Coimbatore (Manchester of South India) and does her BE Computer Science & Engineering Degree. She is known for Fiction and Self-Contained Couplet Writer. Her writings make readers think and it touches each of the heart. Apart from this she is a Perspective Photographer.

She can be contacted at rancirockz@gmail.com

Instagram: ranci_rockz or ranci__photography

WRITEUPS

DOPE

My mind feels the dope level of morphine

I can feel the doomed souls that wandering in clouds

I can spread the light by living inside the darken bane

My fast blinking eyelids

It experiences virtually uncontrollable cravings when I saw a place

A massive carnage among streets

Those drugs lead me in to utopia

Due to Colourful street lights

I can't control my eyelids inertia

There is a rebound effect

That drained my energy

Body full of weakened vein

-Srisharan

Everyone on this planet is here to learn something new. Make and be a change. Get out from your comfort zone. Without hurdles one cannot feel what actually success is. A good gesture towards learning is a positive thing in a positive direction.

-Samiksha Kukreti

I QUIT

Back to home she ran quick,

Tears blurring her sight,

Throat choking in grief.

Shut her door with a loud bang,

Fingers feather-touched,

The framed pictures on her wall.

Her knees she gathered,

With Arms wrapping it around,

Face of her, she hid,

While tears drenched her body.

Thought she wasn't worth her shot,

As her bully's words resounded.

May be, he's right, she thought,

Picking up her honed knife.

Few layers deep she cut,

Blood oozed out, like they

METONIA WORDS

Always detested her body.

Her last breath, she took

With her loudest cry,

Saying, "sorry mom! I quit".

-Catherine Devakirubai J.

நெடுஞ்சாலையில் ஒரு விலைமகள் !

வெள்ளை மழையில் கைகள் விரித்தாடும்
மாநிற மயிலா நீ ?

ஒரு நிலவு போதாதென - நெடுஞ்சாலையில்

பளீச்சென்று ஒளி வீசிக்கொண்டிருக்கும்

இன்னொரு நிலவா நீ ?

விந்து உமிழும் பார்வைக்கு விருந்தா ? நீ
அமைந்திடனும் ;

பல கன்னி மலர் கற்புக்கு கருத்தடை
உறையா ? நீ இருந்திடனும் ;

மாராப்பு அணியா காலத்தில் நீ இல்லை ;

விலைக்கு சொல்லும் மனிதியே !

ஏன் இந்த மார்டன் காலத்தில் புதிதாய்
பிறந்தாய் !

மஞ்சல் பூசும் காலம் மாறி - மஞ்சம் உரசும்
காலம் வந்தது ;

காற்றும் களவி கொள்வது போல் என்
வர்ணனை ;

METONIA WORDS

அலையும் காற்றே நில் !

அவள் மேலாடை தீண்டி செல் !

கூந்தலை குதிக்க வை - கம்மலுடன்
குத்தாட்டம் போடு !

கசக்காமல் சேலை ஒதுக்கு - பூக்கும்
வியர்வைக்கு "இச்" சத்தம் வை !

மது குடித்து பழகு ; இதழின் எச்சில் முங்கி
எழு !

ஈரம்பதமாய் நுரை உமிழு -
ஈகைக்காட்டாதே

புயல் நகம் வைத்து பூவுடலை புன்படுத்து
;

சுள்ளி பொறுக்கும் கள்ளிக்கு சுடாய்
பனிவீசு !

நெடுஞ்சாலையோரம் நெடுநேரமாய்
காத்திரு !

விலைமகளை நீயும் காதலிப்பாய் ;
விலைப்பேசா கவி உரைப்பாய் !

-மகரன்

சிறுகதையில்ஒருநிஜ கதை
இவள்காதலின்தேவதையே......

உயிரற்ற
சிலையைகடவுள்என்றுவணங்காமல்உயிர
ோடு
இருக்கும்மனிதர்களைநேசிப்பதுதான்மனி
தம்என்பதைஉணர்ந்துபின்பற்றிவரும்
இளைஞனின்வாழ்வில் கடந்துவந்த
உணர்ச்சிப்பூர்வமானபாடம், கதைவடிவில்
சுவாசம்வாசகர்களுக்காக...
அன்பானகுடும்பம்,எண்ணிக்கையற்ற
பாசமானசகோதர சகோதரிகள்,
சண்டைகளுடன்கூடிய காதலி,
விரல்விட்டுஎண்ணக்கூடிய அளவில்
நண்பர்கள், ஆசைப்ட்ட
புகைப்படக்கலைஞர்வேலைஎன்றுசந்தோச
மாக சென்ற நம்வாசகர்வாழ்க்கையில்,
இக்காலத்தில்பல
இளைஞர்கள்வாழ்க்கையைசீரழிக்கும்பல
தளங்களில் ஒன்றானமுகநூலில் (Facebook)
ஒருநிறுவனத்தின்விளம்பர பதிவைபல
நாட்களாக பார்த்துக்கொண்டிருந்தான்.
அதுமின்னணுசாதனங்கள் குறைந்த
விலையில்விற்பனைசெய்யும்ஒருஅமெரிக்

க நிறுவனம். சில
நாட்களுக்குபின்அப்பதிவையிட்ட
நிறுவனத்திற்குகுறுஞ்செய்தி (message)
அனுப்பி சில
பொருள்களின்விலையைகேட்டறிந்தான்.
அதனைதன்
நண்பர்களுடனும்பகிர்ந்துகொண்டான்.
ஆசைகள்பல இருந்தாலும் , ஆசைப்பட கூட
பணம்என்ற தகுதி
வேண்டும்என்பதைஉணர்த்து
கனவுகளைபுதைதுக்கொண்டான்.
நாட்கள்நகர்ந்தன. காலங்கள்கடந்தன.
அவனின்நண்பன்ஒருவன் புகைப்பட கருவி
(CAMERA) ஒன்றுவாங்குவதாக
யோசனைஇருப்பதாக கூறினான். உடனே
இந்த நிறுவதைபற்றி எடுத்துரைக்க,
அவன்நண்பனும் ஆறுவமாக
கேட்டறிந்தான்.
அவனின்நண்பன்வெளியூரில்வேலை
செய்வதால்பணம்அனுப்பி NIKON D850 என்ற
2 லட்சத்து 90 ஆயிரம் மதிப்பிலானஉயர்ரக
கேமராவை 1 லட்சத்து 80 ஆயிரம்என்ற
விலையில் விற்பனைசெய்வதாக
கேட்டறிந்தனர். வாங்கலாமா
என்றுநண்பர்களுடன் கலந்தாலோசித்த

பின், ஒரு லட்ச
ரூபாய்மிச்சம்என்பதால்இறுதியாக
புகைப்பட கருவி (Camera) வாங்க
பணம்அனுப்பினான். அனுப்பிய பணத்தை
அந்த இளைஞனும்அந்த
நிறுவனத்தைதொடர்புகொண்டுபணபரிம
ாற்ற முறையைகேட்டறிந்தான்.
ஒன்றிக்குபத்துமுறைநிறுவனத்தின்
உண்மைத்தன்மையைகேட்டறிந்துவிட்டு
அந்த நிறுவனத்திற்குபணத்தை
அனுப்பினான். பணம்பெற்ற
அந்நிறுவனம்பொருளை
அமெரிக்காவில்இருந்து அனுப்பியது.
பொருள்இருக்கும்இடம்அறியும்எண்ணையு
ம் (Track ID) வழங்கியது. அவர்கள்கூறிய
நாட்களை
கடந்தும்பொருள்வந்துசேரததால்,
நிறுவனத்தைதொடர்புகொண்டுபேசியப
ோதுஅந்நிறுவனம், உங்கள்
பொருளானதுஉங்களதுஇந்திய
நாட்டின்சுங்கத்துறைதடுத்துள்ளது.
அவர்கள்உரிய
வரிப்பணத்தைசெலுத்தினால்மட்டுமே
எடுக்க முடியும் என்றுகூற, வேற வழி இன்றி
தன்னிடம்உள்ள பணம், தன்காதலியிடம்,

தந்தையிடம்என்றுபணத்தைவாங்கி 25000 ரூபாய் அனுப்பினான் . ஒருநாள் தாமதம்ஆனதால்மேலும் 15000 ரூபாய்செலுத்தினால்மட்டுமே பொருளை எடுத்துசெல்ல அனுமதிப்பார்கள்என்றுகூற, வேறுவழி இன்றி தன்தோழி மற்றும்சகோதரியிடம்கடன்வாங்கி செலுத்தினான். அவனின் நண்பனுக்காக ஏன்இவன்சொந்தப்பணத்தைசெலவழிக்கி றான்என்று கேள்வி எழலாம். காரணம், அவன்நண்பன்கூறிய வார்த்தைகள் " உன்மீதுள்ள நம்பிக்கையில்மட்டுமே இதைநம்பி பணம்அனுப்பிகிறேன்." அவன்மீது வைத்த நம்பிக்கைபொய்ஆகிவிட கூடாதுஎன்பதற்காகவும் அந்த புகைப்பட கருவியைதானும் எதிர்காலத்தில்உபயோகிக்க போகும் காரணத்தாலும்இதைசெய்தான். அனைத்துபணத்தையும்அனுப்பிய அவன், பணம்வந்ததா என்றுகேட்க தொடர்புகொள்ளும்போதுஅந்த நிறுவனம் அந்த இளைஞனின்அலைபேசி எண்ணைதடை(block) செய்தது. வேறுஎண்ணிலிருந்துதொடர்புகொள்ள முயன்றபோதுஅந்த எண்ணும்

தடைசெய்யப்பட்டது.
மற்றவர்களின்அலைபேசியைவாங்கி தொடர்பு கொள்ள முயன்றும், அனைத்து முயற்சியும்தோல்வியில்முடிந்தது. என்ன நடக்கிறதுஎன்றுதெரியாமல்பித்துபிடித்தவ ன்போல இருந்த அந்த தருணம், 2 லட்சத்திற்கு
மேல்பணத்தைஇழந்துவிட்டோம்என்னசெ ய்வது என்றுதெரியாமல்உடைத்துநின்ற தருணம், யாரிடம்சொல்வதுஎன்று தெரியாமல்,
பணத்திற்குள்னசெய்வதுஎன்றுதெரியாம ல், தற்கொலை
செய்துகொள்ளும்முடிவிற்குசென்றான்அந் த இளைஞன். ஆனால்,
வாழ்வில்பல்வேறுபிரச்சனைகளைகடந்து வந்த அவன்தற்கொலை செய்துகொள்ள அவன்மனம்இடம்கொடுக்கவில்லை. மனம்உடைந்த அந்த
தருணத்தில்அவன்காதலிக்குதகவலைநடு இரவில்தெரிவித்தான்.
இரவுமுழுவதும்தூக்கம்இன்றி தவித்தான். அதிகாலையில்தூக்கம்வர சிறிது உறங்கிய வேளையில்அலைபேசிக்குஅழைப்புவந்தது , அவனின்

காதலியிடம்இருந்து...தேவதைஎன்றுஒன்று
உண்மையில்உள்ளதுஎன்றால்
அதுஅவன்காதலி தான். காதல்என்ற
பெயரில்அவள்அவனுக்காக மட்டும் இருக்க
வேண்டும்என்ற
எண்ணத்தில்அவன்படுத்தாத
கொடுமைகளே இல்லை. ஆனால்,
அவளோஅவன்மீதுஅன்பைதவிற
ஒன்றையும் இதுவரைகாட்டியதும்இல்லை.
அவனிடம்இருந்துவேறொன்றையும்
எதிர்பார்த்ததுஇல்லை.
அழைப்பைஎடுத்தான்.
அவள்அவனைதிட்டவில்லை.அடுத்தவன்
பணத்தைஇழந்துவிட்டாய்என்றுகோவத்த
ைகாட்டவில்லை. நிலவரத்தை
கேட்டறிந்தாள்.
காவல்நிலையத்தில்புகார்அளிக்க
கூறினாள். இந்த பிரச்சனையைசரிசெய்ய
தானும்உதவுவதாக கூறி
தனதுவங்கிக்கணக்கில்
மூலம்தனிநபர்கடன்பெற்றுதருவதாக
கூறினாள். உன்நண்பனின்பணம் எனவே
அதனைசரியாக திருப்பி
செலுத்திவிட்டுபிரச்சனையைநாம்
பார்த்துக்கொள்வோம்என்றுஉடன்இருந்தாள்
. கண்ணிரைதவிர

வேறொன்றும்வரவில்லை. வாழ்வே முடிந்ததுஎன்றுநினைத்து கொண்டிருந்த நேரத்தில்அவளின்வார்த்தைகள்அவனுக்கு உயிர்கொடுத்தது. அவன் இந்த நிகழ்வைபற்றி தனதுநண்பனிடம் கூறவில்லை. பொருள்வர சில காலம்ஆகும்என்றுகூறி சமாளித்தான். தெரிந்த அதிகாரி மூலம் காவல்நிலையத்தில்சென்றுவிவரத்தைதெ ளிவு படுத்தி, பணபரிவர்தனைசாட்சிகளை (transaction evidence) அளித்தான். காவலர்அளித்த விளக்கம்அவனைஅதிர்ச்சியில்ஆழ்த்தியது. அது அமெரிக்க நிறுவனம்அல்ல என்றும்அதுவடமாநில மோசடி கும்பலின் கைவரிசைஎன்றும்சட்ட விரோதமானவிற்பனையில்பொருள்வாங்க முயன்றதற்குஅவன்மீதும்வழக்குபாதிக்க ப்படும்என்றும்கூறினார். பணம் திரும்ப வர வாய்ப்புஇல்லைஎன்பதையும்அறிந்த அவன், தன்காதலியிடம் இதனைகூறினான். அவ்ளோ,தான்வங்கியில்கடன்கேட்டதையு ம்ஒரு லட்சம்மட்டுமே கிடைக்கும்என்றும்கூறினாள். மீதுஒருலட்சத்துக்குள்என்ன செய்வதுஎன்றுசிந்தித்த

தருவாயில்தன்சகோதரி ஒருவரிடம்இந்த நிலையைவிளக்கினான்.
அவளிடம்பேசுகையில்ஒருவழி பிறந்தது. அடுத்த
நாள்கடைக்குசென்றுகையில்இருந்த ஒருலட்சத்தைசெலுத்தி மீதி பணத்தைதன்தந்தையின்கணக்குமூலம்மா த தவணைசெலுத்துவது போல அந்த புகைப்பட கருவியைவாங்கினான்.
பணம்பெற்ற நண்பனிடம் அதனைஅளித்தான். இன்றுவரைஅந்த புகைப்பட கருவிக்குமாத தவணை கட்டி வருகிறான். சில
வேளைகளில்அவனின்தந்தையின் செலுத்தியுள்ளார். அதைவிட முக்கியமாக அவனின்காதலி
வாங்கிக்கடனின்மாதத்தவணையைஇன்று வரைசெலுத்தி வருகிறாள்.
இதுவரைஅதைசொல்லிக்காட்டி அவனைஅவமானபடுத்தியதும் இல்லை.அவனிடம்பணத்தைதிரும்ப கேட்கவும்இல்லை. ....
நம்கதாநாயகனுக்குசில வரிகள், சகோபணம்விசயத்தில்இனி சிந்தித்து செயல்படுங்கள்.
ஒருமுறைஏமாறுவதுதவறில்லை.

மீண்டும்ஏமாறாமல் பார்த்துக்கொள்ளுங்கள். உனக்காக மாதத்தவணைகட்டும்அளவிற்கு நட்பானதந்தை, பிரச்சனைஎன்றதும்உதவிய சகோதரி மற்றும்தோழி, உனக்காக எதையும்செய்ய துணிந்த காதலி இப்படி உறவுகள்உனக்கு கிடைத்திருப்பதுஉன்வரமே.. எதற்காகவும்அதைஇழந்துவிடாதே.. உன் பலமே அவர்கள்தான்.. அன்பார்ந்த வாசகர்களே, இந்த நிஜ கதையில்வருவதுபோல பல விளம்பரங்கள்முகப்புத்தகத்தில்வருகின்றன. அதனைநம்பி நம்வாசகரை போல ஏமாந்துவிட வேண்டாம். அரசால்அங்ககரிக்கப்பட்ட நிறுவனகளில் மட்டும்பொருள்களைவாங்குங்கள். விலைகுறைவாக உள்ளதுஎன்றுநம்பி ஏமாற்றம்அடைய வேண்டாம். ஒவ்வொருமனிதனின்வாழ்விலும் ஏமாற்றங்கள்வரும். அதனைகண்டுபயந்துஒழியாமல்எதிர்த்துப ோராட வேண்டும். காதல்என்ற வார்த்தைக்குஉண்மையானஅர்த்தமாக அவன் காதலி இருந்தாள். இன்றைய

காலத்தில்காதல்என்ற பெயரில்என்னவோ
நடக்கும்இத்தகைய சூழ்நிலையில்,
இவள்காதலின்தேவதையே...

காதலின்அழகு,
உண்மையானகாதல்அமைந்தால்மட்டுமே
தெரியும

-Daniel

காதல் வலி

உன்னை காயப்படுத்த வேண்டும் என்பது
என் நோக்கம் அல்ல.....

அதனால் எனக்கு எந்த பயனும் அல்ல.....

உன்னை எப்போதும் மகிழ்விக்கவே நான்
முயற்சிக்கிறேன்....

அனால் பல முறை அதில் தோற்று
நிற்கிறேன்......

உன்னை பற்றி முழுதும் அறிந்தவன் நான்
என்று நினைத்தேன் அன்று.....

அனால் இன்னும் கற்றறிய நிறைய
உள்ளதென்று உணர்ந்தேன் இன்று......

நமக்குள் சண்டைகளே வந்திர
கூடாதென்றிருந்தேன்.....

யார் கண் பட்டதோ தெரியவில்லை
நமக்குள் வந்த சண்டைகளில் நான் மனம்
உடைந்தேன்......

நாளும் உன்னை மகிழ்விக்க நான்
தவறியதில்லை....

அனால் அதற்காக நான் செய்த முயற்சிகள்
அனைத்தும் உன்னை காயம் மட்டுமே

படுத்தியது என்பதை அப்போது நான் அறிந்திருக்கவில்லை.....

உன்னை புன்னகைக்க வைக்க வேண்டும் என்பதற்காக மட்டுமே நான் கவிதை எழுதிகிறேன்.......

அனால் இன்று நான் எழுதிய இக்கவிதை அதை செய்ய தவறி விடுமோ என்று எண்ணி வருந்துகிறேன்......

என் மனதார கூறுகிறேன்......

இக்கவிதையில் உள்ள ஒரு சிறு வார்த்தை கூட உன்னை காய படுத்துவதற்காக அல்ல....

உன்னை கஷ்ட படுத்துவதற்காக அல்ல...

அவை அனைத்தும் நான் உன் மீது கொண்டுள்ள காதலை வெளி காட்டுவதற்காக மட்டுமே......

நாம் ஆயிரம் சண்டைகள் போடலாம் தினம்......

அதனால் கோவம் கொண்டிருக்கலாம் நம் மனம்.....

இருப்பினும் எந்த ஒரு நொடியிலும் சிறு துளி கூட மாறாது நான் உன் மீது கொண்டுள்ள காதல் எண்ணம்......

-Hariprasath

நீ உருவாக என் உடம்பில்

இடம் கொடுத்தேன்..

மரணத்துடன் போராடி வென்று

உனை ஈன்றேன்..

வலிகளை தாங்கி கொண்டு

உனை பார்த்து சிரித்தேன்..

நீ உயிர் வாழ என் உடம்பில் ஓடும் குருதியை

உனக்கு பருக கொடுத்தேன்..

நீ விழி மூடி தூங்க

நான் விழி மூடாமல்

உனை பாதுகாத்தேன்..

என் மார்பை மெத்தையாக்கி

என் மடியை தொட்டிலாக்கினேன்..

நீ உண்டு மீதம் வைத்த

எச்சில் சோற்றை

அமிர்தம் போல் உண்டேன்..

நீ இஷ்டப்பட்டு கல்வி கற்க

நான் கஷ்டப்பட்டு கல் உடைத்தேன்..

METONIA WORDS

ஆயிரம் கஷ்டங்களை

நான் கண்ட போதிலும்

உனை கண் கலங்காமல்

ராசா போல் நான் வளர்தேன்..

கடல் கடந்து நீ சென்றாய்

கரை போல் காத்திருந்தேன்..

இந்த உலகம் உன் புகழ் பாடியது

என் மனம் உனை தேடியது

உன்னை காண கண்கள் ஏங்கியது

வா என்றேன்

வந்தாய் ஒருத்தியோடு

என் மனமிரங்கி ஏற்றுக்

கொண்டேன் மருமகளாய்..

மகளாய் நான் நினைத்தேன்

அடிமை போல் அவள் நடத்தினால்..

என் சொல்லை தட்டாமல் கேட்டு

நடந்த என் மகன்

அவள் சொல் கேட்டு என் தலையில்

METONIA WORDS

தட்டி காப்பகத்தில் சேர்த்தாய்..

கருவறையில் இடம் கொடுத்த

உனக்கு உன் வீட்டில் ஓர் ஓரமாய்

இருக்க ஓர்அறை கூட இல்லையா

என் அன்பு மகனே..

அன்று நீ என்னை எட்டி மிதிக்கும்

போது வலிக்கவில்லை

இன்று என்னை விட்டு எட்டி

போகிறாய் வலியால் துடிக்கிறேன்

என் ஆசை மகனே..

உனக்கு இந்த தாய் வேணமால் போகலாம்
ஆனால் என்றும்

நீ எனக்கு குழந்தை தான்

எங்கு இருந்தாலும் நீ நலமோடு

வாழ இந்த தாயின் வாழ்த்துக்கள்..!

முதியோர் இல்லத்தில்

ஓர் தாயின் அழுகுரல்

-Sheik Uduman

அம்மா

நீ காணும் துயரங்கள் ஆயிரமாயினும்
என் புன்னகையை காண
மலர்ந்தவளடி நீ

என் வருகை சிலநொடி
தாமதமாயினும்

துடிக்கும் நெஞ்சம் கொண்டவளடி நீ

பாதை தவறியபோது கோபம்
கொள்ளாமல்

வெற்றி பாதைக்கு அழைத்தவளடி நீ

தூக்கமின்றி தவித்தபோது தலைசாய்த்து

மடியில் உறங்கச் செய்தவளடி நீ

இவ்வானின் அளவைக் காட்டிலும்

என்னிடம் நீ கொண்ட அன்பு
உயர்ந்ததடி

-Hemalatha

என்னவள்...

பச்சை மேகமாய் விரிந்திருக்கும்...
புல்வெளியில்!
சின்னஞ்சிறு பிஞ்சு விரல்கள் பிடித்து....
உன்னோடு நானும் நடைபழக வேண்டுமடி
என் கண்ணே!

உன் அழகான செவ்விதழ் விரித்து...
தேனிசையில் 'அம்மா' என்ற
மந்திரச்சொல் கேட்க வேண்டுமடி என்
கண்ணே!

உன் கைகளால் நீ உண்ட எச்சில் சோறு
அமிர்தமாய்...
வேண்டுமடி என் கண்ணே!

என் கவலையெல்லாம் நான் மறந்து...
உனக்கு பல கதைகள் சொல்லி...

என் மடியில் உன்னை உறங்க வைக்க வேண்டுமடி!

என் உலகமாய் நீ வேண்டுமடி!

-Jency Clara S

என் மடியில் உன்னை உறங்க வைக்க வேண்டுமடி!

என் உலகமாய் நீ வேண்டுமடி!

METONIA WORDS

பெண்

தனக்காகயில்லாமல் குழந்தைகளுக்காக

வாழ்பவள் அம்மா...

தோழநோடு தோள்கொடுத்து

வழிநடத்துபவள் தோழி...

தான் வளர்வதொடு உடன்பிறந்தவர்களையும்

வளர்ப்பவள் தங்கை...

இனி பயணிக்கும் பயணத்தை

இனிமையாக்குபவள் மனைவி...

முதலிலும் முடிவிலும்

இருப்பவள் பெண்தான்...

-பொறியாளர்

WANDERLUST

A small backpack with sweatshirts and shorts, a local map, a camera, a journal, and guts is all you need to travel. Set out in thirst of new experiences. Take a bus or board a train without a destination in your mind. Get down at the last stop and making that place your travelogue sounds pretty interesting, right? Run into new barns, find old cottages, talk to new people, taste the native food, stumble upon rocks, shout at hilltops to listen to your own echoes, camp in a rainforest, smile at strangers, click photographs to make an album; not to upload on Instagram, spend the night under the stars. Get bruised while climbing the mountains, get embarrassed when you cannot spell a dish on the menu card, get scared to be in a whole new place, gather courage to ask for directions from unknown people, get done with everything you haven't until. Learn few words of the native language. Forget CCD and try out the local chaiwaala's tea. Ditch McD and relish the hot, regional food. Feel like a traveller not a tourist. Make memories at every nook and corner. And let the land make a bookmark in your heart. Live like one among those people. Explore the true beauty of town or the city, roam day and night, discover its pulse to the fullest. Afterall, you left your doorstep to bring back home, stories; Stories that you lived; Stories that will live.

-R. Jayashree

வலி..

கனவுகளையும் ஆசைகளையும்

தேடி ஓடும் பயணத்தில்...

உணர்வுகளும் உறவுகளும்
உதாசினப்படுத்தும் போது,

உள்ளத்தின் ஓரத்தில் எழும் தனிமையின்
கூக்குரல்!

குட்டி குட்டி ஆசைகள்...

கனவு கோபுரங்களாய் எழும்பி நிற்க....

குடும்பம் என்ற பாசக்கயிற்றால்,

கனவு கோட்டை தரைமட்டமாக....

நெஞ்சில் எழும் நடுத்தர வர்க்கத்தின்,

ஏமாற்றத்தின் அழுகுரல்!

ஆசைஆசையாய் செலவழித்த
நிமிடங்கள்...

நினைவுகளாய் நெஞ்சில்!

உடல் இங்கே! உயிர் எங்கே – என

METONIA WORDS

பொங்கி எழும் கண்ணீரும் கதறும்
சோகத்தின் கூக்குரல்!

வலிகள் இங்கே பலவிதமாய்!
வலிகல் இல்லா வாழ்வு கனவுலகிலும்
கனவாய் இருக்க...
வலிகள் சிலர் வாழ்வை முடிக்க
பலர் வாழ்க்கைக்கு அனுபவம் கொடுத்து,
வாழ்வை வளமாக்க!
கூக்குரலை இன்னிசையாக்க நாம்
இறைவனை பிராத்திக்கும் நிமிடங்கள்!

-Jency Clara S

நேர்மறை

அழகில்லை என்றனர் - தோழரே

ரசிக்க கற்றுக்கொள்ளுங்கள் என்றேன்

சுட்டெறிக்கும் சூரியன் என்றனர்

அந்தி மாலை சூரியனுக்கும் அழகுண்டு
என்றேன்

இருள் கேடுகளின் பிறப்பிடம் என்றனர்

தேவையற்றவைகளை மறைப்பது இருள்
என்றேன்

சிங்கம் போன்ற பெண் என்றனர்

பெண் போன்ற சிங்கம் என்றேன்

உருவமில்லாதவன் இறைவன் என்றனர்

எங்கும் இருப்பவன் இறைவன் என்றேன்

காதல் இல்லை என்று வருந்தினார்

அன்பு ஏராளமாய் உள்ளது என்றேன்

அடக்கி ஆள்வது ஆண்மை என்றனர்

அன்பிற்கு கட்டுப்படுபவன் ஆண் என்றேன்

காலம் காத்திருக்காது என்றனர்

நேரத்தை செதுக்கலாம் வா என்றேன்

பறந்து செல்ல சிறகில்லை என்றனர்

பார்த்து ரசிக்க கண்கள் உள்ளன என்றேன்

பூமிக்கு நீ பாரம் என்றனர் - இல்லை

பூமிக்கு நான் தோழி என்றேன்

-Jenisha Rini

TO THE PRINCESS WHO DOESN'T WANTS TO BE ONE....

She was in her room surrounded by none, but her own belongings, her books covered that is contained in the shelf, making her more space for it. She thinks about something jarring with the place and finds herself put out from within. She has the perfect family with all the relationships to be called. She has the appropriate money that would buy her what she asks for. She has the perfect adherence with everyone in her family, she never hurts anyone by pointing to their faults, she keeps it within. She moves everybody with her serenity. She is trustworthy to many. She is friends with all except the incredulous morons that the world would appreciate being left. She finds compassion and reason behind everything that people would criticize and judge. She is never asked for judgements and opinions on her behalf as she always accepts the things said by her well-wishers. She believed everybody and asks not a question. She is always immaculate to the people who study her. Herr's isn't a life that one would find fault in it.

Still, what made her put out is her insides. She isn't the one who expects to be accepted. She wants to be adamant and self-loving for once. She gets hurt when people use her and give her a name "helping", that she never wants to be "such helping". Every time she is patient, there is a battle between her patience and arrogance. She projects herself to be the opposite of her own self-the insides of her. The people who say, they understand her are only understanding what she wants them to. But she longs not to be studied, not to be judged, not to be analysed. She longs to be accepted and appreciated for her aesthetics, for her appearance, views, for her thoughts, for her judgements, for her decisions, for how magical and whimsical she is, at least for few times when she questions herself about her concoctions, even when they are flaws that she knows. She longs to be loved, to be loved genuinely, to be felt, to be understood, to adored. She longs to "be" adored.

-Kalpana K

என்னவள்

உன் சிறப்பை வாசகங்கள் கொண்டு
வர்ணிக்கையில் பதங்கள்
போதவில்லையடி........
உன் அழகுசித்திரத்தை மை கொண்டு
தீட்டுகையில் வண்ணங்கள்
போதவில்லையடி........
உன் தொன்மையை வருடம் கொண்டு
கணக்கிடுகையில் நூற்றாண்டுகள்
போதவில்லையடி.........
உன் ஆழ்கருத்துச்சுவடிகளின் ஆழத்தை
அளவிடுகையில் அடிகள்
போதவில்லையடி..........
இவ்வாறு எவற்றுடனும் ஒவ்வாத நீ
என் இதயத்தில் கச்சிதமாக
பொருந்தியதேனோ?
என்னவளே! தமிழே!
அன்பு

METONIA WORDS

வாரி வழங்கி வருமையுற்றவனுள்

நானும் ஒருவன்!!

வழங்கிய போது வருந்தியதில்லை!!

எதிர்பார்த்த போதே உணர்ந்தேன்

பிறரின் சிக்கனத்தை!

பொருளெனினும் ஈட்டிக் கொள்வேன்....

அன்பென்பதால் யாசிக்கிறேன்...

மனம் எனும் பேழை கொண்டு!

-Naveen Kumar

WAITING

Missing you I am missing you, miss miss miss miss missing you.

I met you I have met you, met you for the first time.

Fall in love I have fallen in love, fall in love for the next day.

Missing you again missing you, missing you for the third day.

Waiting for I am waiting for, waiting to marry you.

Come soon just come, miss you to come soon.

-Radha

பெண்ணின் கதறல்

பிறந்தது தவறா- இல்லை

பெண் பிறப்பு எடுத்தது என் தவறா-
இல்லை

இந்த ஜென்மம் எடுத்தது என் தவறா -
இல்லை

இப்புவியில் இன்னும் வாழ்வது என் தவறா-
இதில் எது என் தவறு **??**என் பிழைதான்
என்ன**??**

போதும் வேதனைகள்,வலிகள், சோகங்கள்
,கண்ணீர்கள் பெண்ணின் அர்த்தம்
பொறுமை**!!** என்றதனால் தான்
இத்தனையும் தந்து ரசிக்கிறயா **??**

என் கதறலை தான் கேட்க மறந்தாய்

என் கேள்விக்கு பதில் அழிப்பாயா**???**

-Ranci

தோழி ஓர் வரம் !!

இம் மண்ணோடு நான் கண்ட

உறவுகள் எல்லாம் !

என் கண்ணோடு நீர் துளியை

வார்த்திருக்க !!

அடி உன்னோடு நான் வாழ்ந்த

காலம் மட்டும் !

என் நெஞ்சோடு நினைவுகளாய்

பொதிந்திருக்க !!

என் சகீயே நீ என்னை

மறந்தாலும் !

காலம் நம் இருவரை

பிரித்தாலும் !!

நம் நினைவுகளை நான்

கனவிலும் மறவேன் !

நான் மண்ணை விட்டு பிரித்தாலும்

உன் நினைவுகள் என்றும் என்னை விட்டு
பிரியாது !!

மாண்டு நான் மண்ணாடு

போனாலும் !

மீண்டு வருவேன் என் தோழி என்றும்

உன்னோடு துனண நிற்க !!

ஏனெனில் நீயே என் கண்ணீரை
துடைக்கும் கரம் !

எனக்கும் கிடைக்குமா அத்துனை
ஜென்மத்திலும்

உன் தோழனாகும் வரம்!!

என்றும் உன் தோழனாய்.....
ரூபேஷ் பாபு வாசுதேவன்

-Roopesh Babu

A BEAUTIFUL AZAZEL

I hear your sing

Your sweet voice echoing in my ears all day and night, in dark and in night!

Yet sometimes I try to make you stop because your song makes things gravel

It no longer sounds pleasant

I hear it louder and it's not melodious or soulful but dreadful

Your screaming and its tearing my ears

You're getting into my head and it feels like to explode and shatter into shreds

Now all I want is to stop!

Please stop! You hurting me!

I'm gonna die if you don't stop and that is all you wished for, and now

I choose to fulfil your wish because I love you my beautiful Azazel!

- Sajini B

Someone loves writing, the priority of literature should be on top in their daily schedule. Will definitely be able to give it time because for a literature lover, writing is something which owns theirselves. A piece of their heart has a portion for literature.

-Samiksha Kukreti

மீண்டு வா தோழியே....

பெண்ணே ...

கற்பழிக்கபட்டாலும்
கழுத்தறுக்கபட்டாலும் இவ்வுலகம்
சிறுமைப்படுத்துவது என்னவோ
உன்னைத்தான்....

சீதையையும் சந்தேகித்த உலகம் !!!

உன் வலியையும் வேதனையையும் புரிந்து
கொள்ளவா போகிறது...

மீண்டு வா தோழியே!!!

அக்னி பரிட்சை செய்த சீதையாய் அல்ல...

அக்னியை ஆயுதம் ஆக்கிய
கண்ணகியாய்!!!

-Yazhini

யார் அவள்!

சுட்டெரிக்கும் சுடரொளியோஅவள்   !
கட்டுப்படுத்த முடியாத காற்றாட்டு
வெள்ளமோ அவள்! கயவனை
கைவிரலால் வதம் செய்த ராட்சசியோ
அவள் !மதுரை மாநகரையே எரித்த
கண்ணகியோ அவள்!
புலியையே மொறத்தால் விரட்டிய
பாவையோ அவள்!
எதிரிகளை மிரளச் செய்த ஜான்சி
ராணியோ அவள்!
உலகையே தாங்கி நிற்கும்
பொறுமையின் சின்னமான பூமா
தேவியோ
அவள்   !
உணர முடியாத உள்ளம் கொண்டவளோ
அவள்!
குடும்ப சுமையை ஏற்கும் தூண்களோ
அவள்!
கண்டங்கள் போற்றும் காவியமோ அவள்!
காதலை மனதுள் வைத்து
கள்வனிடம் உரைக்காமலிருக்கும்

கல்நெஞ்சக்காரியோ அவள்!
காதலின் பெண்மையின் இலக்கணமான
கோதையோ அவள் !தனக்கென
வாழாமல் பிறருக்காய்
வாழும் சகிப்புத்தன்மை உடையவளோ
அவள்!
ஆடவனுக்கு நிகராக நாட்டையே
நிர்வாகம் செய்யும் மங்கையோ அவள்!
ஆண்களின் பொறுமையின்
திறவுகோலோ அவள்!
நினைத்ததை முடிக்கும் மனதைரியம்
கொண்டவளோ அவள்!
வார்த்தைகளே இல்லாத வாக்கியமோ
அவள்!
படைத்தவனே படைத்த படைப்பின்
உச்சமோ அவள்!
ஐந்தினைக்கும் அப்பாற்பட்ட
பெண்மையோ அவள்!
வீரத்தால்,காதலால் உறவால்
திறமையால் முன்னோடியாய்
இருப்பவளோ அவள்!
என்னே ! என்றுரைப்பது பெண்மையை

மங்கையாக பிறந்ததில் கர்வம்
கொள்கிறேனடி பதுமையே...

-Santhana Selvi

நீர்த்துளி

சிறு மழைத்துளி காதலை

இணைக்கும்....

ஆனால் ஒரு கண்ணீர்த்துளி

காதலை எறிக்கும்....

-பொறியாளர்

சிறு மழைத்துளி காதலை

கண்ணே உன்னை காணமல்

கணத்து கிடக்கிறது என் மனம்!

கண்மூடி பார்க்கிறேன்

இதயத்தில் உன் முகம்!

வீசும் காற்றில் எங்கும்

உன் வாசம் கலந்து வரும்..

பேசும் உன் பூவிதழ் என்றும்

ஒருவித போதை தரும்..

பெண்ணே!

என் மனம் மயங்கி கிடப்பது ஏனடி?

என்னால் முன்போல்

உன் கண் பார்த்து

பேச முடியவில்லையே ஏனடி?

தலை குனிந்து

விழியால் நிலம் குடைந்து

என் உயிர் தப்பிசெல்ல நினைப்பது ஏனடி?

ஆனால்,

இங்கே பாருடா என்று கூறி
உன் பார்வை என் உயிரை
அம்மியில் வைத்து அரைப்பது ஏனடி?
உடம்பெல்லாம் வியர்வை
ஊற்றெடுத்து ஓடுவது ஏனடி?
உலகிற்கே என் இதயம்
கத்தும் சத்தம் கேட்பது ஏனடி?
வார்த்தைகள் யாவும் வாயினுள்
அடைபட்டு சாவது ஏனடி?
மூச்சுக்காற்றில் முன்னூறு
எரிமலைகளின் வெப்பம்
உருவாவது ஏனடி?
ஆகாயம் போல் கை கால்கள்
அசைய மறுப்பது ஏனடி?

என்னில் ஏன் இந்த மாற்றம்
ஒருவேளை,
இது தான் காதலின் தாக்கமோ?

தொட்டு பேசாதே
அன்பே!!!
தொலைந்து போகிறேன்
உன் முன்பே!!!
சொல் தோழியே!
நம் நட்புக்குள் காதல் வருவது
சரியா? இல்லை தவறா?
உன் பதிலை எதிர்பார்த்தவனாக,

- Sheik Uduman

NATURE

My hands roving in the air

Which felt the hefty Oxygen

My legs won't move anymore

Which is completely frozen

My right hemisphere started to mourn

Which is inoperative

My taste buds become watered-down

Due to Chilly air that causes hyperventilate

-Srisharan

ஒரு தலைக் காதல்

என்னோடான உன் உரையாடலை நான்
வேண்டவில்லை

என்மீதான உன் கரிசனத்தை நான்
வேண்டவில்லை

என் காதலுக்கான பதிலை நான் உன்னிடம்
வேண்டவில்லை

நான் நோகும் நேரத்தில் உன் தோள்
வேண்டும் என நான் வேண்டவில்லை

என்னை காயப்படுத்தியோரை நீ
தட்டிகேட்க வேண்டும் என நான்
வேண்டவில்லை

உன் பிராத்தனைகள் எனக்காய் இருக்க
வேண்டும் என நான் வேண்டவில்லை

என் நலனுக்காக நீ வேறொருவரிடம்
பரிந்து பேச வேண்டும் என நான்
வேண்டவில்லை

எனை நினைக்கும் போது உன்
உதட்டோரத்தில் சிறுபுன்னகை துளிர்க்க
வேண்டும் என நான் வேண்டவில்லை

ஒரு நிமிடமும் உன் நேரத்தை நீ எனக்கென செலவிட நான் வேண்டவில்லை

என் தவறுகளையும் நீ ஏற்கவேண்டும் என நான் வேண்டவில்லை

எனக்கு பாதுகாப்பில்லாத இடத்தில் உன் துணை வேண்டும் என நான் வேண்டவில்லை

என்னை போலவே நீயும் என்மேல் காதல் கொள்ள வேண்டும் என நான் வேண்டவில்லை

ஆனால் இன்னும்...!!

நான் உன்மீது கரிசனம் காட்டவும் உன் பதிலை எதிர்பாராமல் நீ நோகும் நேரத்தில் தோள் கொடுக்கவும் உன்னை காயப்படுத்தியோரை தட்டிக் கேட்கவும்,

உன் துன்பத்தை என்னோடு பகிரவும், உனக்காக மட்டுமே பிராத்திக்கவும், எங்கு வேண்டுமானாலும் உன் நலனுக்காக பரிந்து பேசவும், உன்னை நினைக்கும் போது மட்டும் புன்னகை உதிர்க்கவும், என் வாழ்வின் மிச்சமிருக்கும் நொடிகளை உனக்கே கொடுக்கவும், உன் தவறுகளையும் உன்னோடு சேர்ந்து ஏற்றுக்

METONIA WORDS

கொள்ளவும், உன்னோடு உறுதுணையாக என்றென்றும் இருக்க நான் விரைவதேனோ..!!

ஆனால் ஒருதலையானாலும் இதுவும் காதலே !!

-Sriswathi

கொள்ளவும், உன்னோடு உறுதுணையாக என்றென்றும் இருக்க நான் விரைவதேனோ..!!

ஆனால் ஒருதலையானாலும் இதுவும் காதலே !!

REPEATITION

On that day and on the time

Which I have never wanted to be accounted

On my life-schedule book

Yet the impartial clock was on duty call

Took me years back to that precise

Day and to that precise time

And how I wished to have foreseeing sights

I can brag on my future seeing eyes

I thought

But was brutally punished with wish coming true

I was all free there inside the ticking clock

But it assured me of being tied up along

I saw a life on the edge waiting to

Un-life with its own hand

All I could do be standing over there doing
nothing

METONIA WORDS

Of course, time is not to be overpowered

But to be lived along with

Then the pain I had from undoing time

Drowned mw and I fell into sound sleep

As I was on that day and on the time

- Stephy

CRY

Crying not always signs to weakness...

Sometimes,

Just to make ourselves comfortable...

Just to brush off all the unwanted memories...

Just to make ourselves strong...

Just to start another day with positive thoughts...

So,

Crying is a good medicine...

But should not be taken because of others...

-Yazhini

OBLIVIOUS GLEE

Count the countless fairy-tale,

Innumerable quality of it upsets reality.

All that is delusive is not illusion,

Oblivion, by all account is real.

Deep, deep down into the darkness of the illusion,

A road to practical imagination.

The fat storybook sings its perfect lilt,

La. La. Lullaby.

Daydream to find the unexplored,

Untouched and unimagined.

Mythos, however fenced,

Will pour its sweet honey into ears.

May be quixotic and amatory,

But an auditory pleasure.

Fantasy to six senses, satisfactory,

Never contained, never can be.

-Catherine Devakirubai J.

காதல்

என்னவளே...!!!

என்னை என்ன செய்தாய் நீயே...!!!காற்றெல்லாம் உன் வாசம் நான் செல்லும் இடம் எல்லாம் வீசும்...!!!

என்னை நீ பார்த்த முதல் நொடியில் உன்னை நான் கவர்ந்தேன்....

அப்படி என்னிடம் என்ன உள்ளதென்று எண்ணி எண்ணி வியந்தேன்....

இன்னும் என் கண்ணை என்னால் நம்ப முடியயவில்லை நீ என்னவள் என்று என் உயிர் காதலியே...!!!

என் உயிருக்கு உயிரை தந்தவளே......

உன்னை பார்க்கும் வரையில் என்னை தான் பிடிக்கும் எனக்கு...

ஆனால் உன்னை பார்த்த பின்போ உன்னை தவிர வேறு ஏதும் பிடிக்க வில்லை ஏனோ...!!!உன்னை பார்த்த முதல் நாள் எனக்கு நீ யாரோ..!!!

ஆனால் இன்றோ என் வாழ்வில் உன்னை விட முக்கியம் வேராரோ..!!!

METONIA WORDS

இத்தனை நாட்கள் எங்கிருந்தாய் அடியே...
என்னை காண்பதற்காக தான்
காத்திருந்தாயோ... எனக்காய்
பிறந்தவளே...!!!உன்னை பார்க்கும் சில
நொடிக்காக பல மணி நேரங்கள்
காத்திருப்பேன் உன்னை பார்த்த அந்த
நொடியில் நன் என்னை மறப்பேன்..!!!தினம்
உன் முகம் பார்க்க ஏங்கி தவிக்கிறேன்..
உன் குரல் கேட்க காத்து
கொண்டிருக்கிறேன்... என் அலைபேசி
மணியோசை அனைத்தும் உன் அழைப்பு
விசையாக கூடாத என்று எண்ணி
கிடக்கிறேன் என் உயிரே...!!!!

என் தாய்க்கு நிகரானவளே...

எனக்காக எதுவும் செய்ய துணிந்தவளே...

என் உலகமே நீ தானே என் உயிரே...!!!

நான் காத்திருக்கிறேன் அன்பே உன் கரம்
கோர்க்க...

தவமிருக்கிறேன் கண்ணே நம்மை
இவ்வுலகம் கணவன் மனைவியை
பார்க்க...!!!

-Hariprasath

CHECK MY PHONE

I check my phone, it's 2:30 in the morning. I am wide awake and can't think straight. I keep running the never-ending maze inside of my mind. I chase nothing yet a lot. it seems darker than the moonless sky. I run out of playlists and put every star to sleep. I keep running and running. i try finding the monsters hiding under my bed. are they on vacation? I run out of phone battery and count the hours of sleep left. I keep running and running. I try to watch movies and they keep fooling me with the 'happily ever after' climax. what even is forever I think and I keep running and running? and running and panting and, and

how does your voice sound like? i panic, and keep running. how do you laugh? i choke, and keep running.

how...

I run.

have I run away already? from you?

I keep running and running.

the maze.

and become one,

chasing nothing but the voice.

-R. Jayashree

இருட்டு

ஆயிரம் கனவுகளோடு வளர்த்தார்கள்
இவ் அழகு தேவதையை

அழகாய் வளர்த்ததால் தானோ இன்று
இப்படி கண்ணீர் வடிக்க நேரிட்டதோ??

சின்ன சின்ன குறும்புகள் செய்து
இவ்வுலகை சுற்றி வந்தாள்,

அப்படி சுற்றி வந்த கண்களை இன்று
கட்டிப்போட்டனர் துணியால் அல்ல
இருட்டால்.

இருட்டில் அவள் பட்ட
துன்பங்களும்,வேதனைகளும்

இன்று இவளை
இருட்டிலேயே(சவப்பெட்டி)

அடைத்துவிட்டது

எத்தனை கதறல்கள் எத்தனை வலிகள்
ஒரு குரல் கூட கேட்க வரவில்லை !!

வந்திருந்தால் இன்று இவள் இப்படி
அடைபட்டு இருப்பாளா??

-Ranci

உயிரின் வலி !!

உன்னை கண்டு

என்னை மறந்தேனே !

என் கண்ணில்

உன்னை என்றும் பொறித்தேனே !!

உன் அன்பின்

முன்னால் கடலும் சிறியதாகும் !

உன் கண்ணீர்

கண்ணீர் எனக்கு மழையிலும் தெரியும் !!

தாயே எனக்கும்

கிடைக்குமா உன் தாயாகும் வரம் ?

என்றும் நீயே

எந்தன் உயிரின் ஸ்வரம் !!

உன் உதிரம்

ஊட்டி கருவில் வளர்த்தாய் !

உன் உயிரில்

METONIA WORDS

பாதியை எனக்கும் குடுத்தாய் !!

இவ்வுலகையே அளித்தாலும்

உன் தியாகத்துக்கு ஈடாகுமா !

என் உயிரையே அளிக்கலாம்

ஏனெனில் நீயே என் உயிராய்
இருக்கிறாய் !!

உயிரை பற்றி

எழுத அமர்ந்தேன் !

என் கண்முன்

உயிரென தோன்றியவள் நீ !!

ஆண்டவன் என்

கண்முன் தோன்றினால் அவனிடமும்
கேட்பேன் !

உன் போன்ற எத்தாய்க்கும்

வேண்டாம் பிரசவத்தின் வலி !!

பரந்த வானத்தையும் தோற்கடித்தது

உன் தாய் உள்ளம் !

உன்னை பற்றி எழுத இந்த இடம்
போதாது முழுதாய் வர்ணிக்க
சொற்களளும் கிட்டாது !!....

என்றும் தாயின் மகனாய்.....
ரூபேஷ் பாபு வாசுதேவன்

-Roopesh Babu

Encourage your feelings, value your emotions. You are a born warrior. Be strong like a volcano. Highly ignited from inside and extremely Adorable from outside.

-Samiksha Kukreti

பாதை

நீ கடந்து சென்ற பாதை எனக்கு தேவை
இல்லை....
இனி நீ கடக்கும் கடந்து போகும்
பாதையில்....
நான் பயணம் செய்ய ஆசைபடுகிறேன்
அனுமதிப்பாய என்னை..

-பொறியாளர்

நாவிதழ்கள் சேர்ந்து

உருவாகும் ஈர முத்தம்!!!

ஆடைகள் களைந்து நிற்கும்

இருவரின் வெட்கம்!!!

விரல் தீண்ட உருவாகும் வெப்பம்

விழிகள் நான்கும் சொக்கி நிற்கும்..

பற்றி கொண்டது நெருப்பும்,

பஞ்சும்..

இனி கொஞ்சல்களுக்கு இல்லை

பஞ்சம்..

தேகங்கள் கட்டிக் கொண்டு

கட்டில் மேல் நடக்கும் காதல் யுத்தம்!!

அறைகள் முழுவதும்

ஆனந்தத்தின் சத்தம்!!

ஆசை வந்து காதினுள் கத்தும்..

மேனி முழுவதும் இதழ்கள் சுத்தும்..

பெண்மை துடிக்கும்..

ஆண்மை வெடிக்கும்..

METONIA WORDS

வியர்வை மழையாய் பொழியும்..

இரு உயிர்கள் உருகி வழியும்..

நம் நாணம்

இங்கு தோற்றுப் போகும்!!!

நம் காமம்

இங்கு ஜெயித்துப் போகும்!!!

தீராத காதல் தீயாக மோதும்..

பகலொன்று வேண்டாம்

இரவொன்று போதும்..

உன்னுள் நானும்,

என்னுள் நீயும்,

தொலைந்து போவோம்;

எல்லா காதல்களுக்கு பின்

ஒரு சிறு காமம் ஒளிந்து கொண்டு

தான் இருக்கும்..

காதல் இல்லா வாழ்க்கை இல்லை!!!

காமம் இல்லா காதல் இல்லை.!!!

-Sheik Uduman

அந்த ஒரு நிமிடம்...

ஒரு நிமிடம் தான்... ஒரே ஒரு நிமிடம் தான்..

வெளியே வந்துவிடுமோ என்று அஞ்சும்
அளவு துடித்தது அவள் இதயம்...

ஒரு நிமிடம் தான்... ஒரே ஒரு நிமிடம் தான்...

தட்டச்சு செய்கின்றனவோ என்று என்னும்
அளவு நடுங்கின அவள் கை விரல்கள்...

ஒரு நிமிடம் தான்... ஒரே ஒரு நிமிடம் தான்...

அவளை முந்தி கொண்டு ஆராய்ந்தன
அவள் கண்கள்...

ஒரு நிமிடம் தான்... ஒரே ஒரு நிமிடம் தான்...

அவள் அனுமதியின்றி புன்முறுவல்
செய்தன அவள் உதடுகள்...

அவளை மீறி நடந்த புலன்கள் அவள்
கட்டுக்குள் வந்தன...

அவள் எழுத்தை ரசித்தவன் அவனல்ல...
அவன் பெயர் மட்டுமே என்று உணர்ந்த
அந்த நிமிடத்தின் கடைசி வினாடியில்....

-Yazhini

LIFE

"We should be terrified of death. Not the kind that comes when the heart stops beating; the kind that comes from a life not lived."

Imagine if we could watch a trailer of our lives? This might sound amazing but it surely wouldn't make the journey interesting. It's that curiosity element which life holds, keeps us going. This one life of ours is a mosaic of love, experiences, regrets, realizations, and magic. Our lives are just accidents waiting to happen, so say yes to new adventures. Stop living in the jar and think the lid's the sky. Get your heart broken. Pick up your pieces and rearrange them. Let failures be the tolls on your way to success. Keep your chin up or the crown slips. Find happiness in the smallest of the things. Be happy for all the good things to come. A grateful heart is a magnet of miracles. Everyone's life is so tragically beautiful being a graveyard of dreams and realities. Life is too short for erasers, just draw a line through it and move on. Life is happening when you snooze your alarm, because there's only so many tomorrows. Cancel your subscriptions to all those that poison your spirit. We're all here to refill our veins with good vibes, build a voice box of melodies and spill yarns of emotions while dreaming our way to heaven. Risk this rollercoaster ride and make your life proud to know their atoms created somebody like you. Be a gamechanger; fight for the fairy-tale, it does exits. Let your life be a bookmark in the history of the world.

"Live your lives so well that death will tremble to take us"

- Charles Bukowski

-R. Jayashree

மனம்!

என்னவன் தீட்டிய காதல் வண்ணத்தின்
சாரல்...

காற்றில் எங்கும் மணம் வீச...

உள்ளத்தை பறிகொடுத்த என் மனம்...

சிந்திக்க மறுத்து சந்ததி பாட...

எங்கும் எதிலும் தன்னவன் எழில் முகம்
தெரிய....

உள்ளம் தொலைத்த காரிகை
செய்வதறியாது திகைத்தாள்!

கண் இமைக்குள் ஜொலிக்கும் அவன்
பிம்பம்...

கண்ணசைவில் கேட்கும் அவன் குரல்...

தனக்கானவன் என்ற கூக்குரல் – என்
நெஞ்சை நிறைக்குதே!

அவன் செல்லும் பாதையில்,

METONIA WORDS

தானாய் நகரும் என் பாதம்!

ஏண்ணிலடங்கா காதல் அவன் மீது....

என் மனதில்!

சொல்ல வழியில்லை! – எங்கள்

இரு மனங்களும் பேசிக் கொள்ளும்

என்னும் நம்பிக்கையில்....

தனிமையில் நான்!

-Jency Clara S

அண்ணா

அன்னை என்னை ஈன்றெடுத்தாள்

தந்தை என்னை தோளில் தூக்கி வைத்து
வளர்த்தார்...

அக்கா இன்னொரு அம்மாவின் வடிவில்
என்னை வழி நடத்துகிறார்கள்....

தம்பி தங்கை எனக்கு ஒரு குழந்தையாக
இருக்கிறார்கள்....

தோழனும் தோழியும் என் நிலைமையிலும்
எனக்கு துணையாக நிற்கிறார்கள்....

அத்தை மாமா என்ற உறவுகள் நான் விழும்
வேலைகளில் என்னை தூக்கி
நிறுத்துகிறார்கள்...

ஆனால் இத்தனை உறவுகளையும்
மொத்தமாய் உன்னில் அடக்கி உள்ளாய்
அண்ணா நீ!!!--

நீ இல்லாமல் இப்புவியில் நான் என்ன
செய்வேன்???

எத்தனை உறவுகள் இருப்பினும் அண்ணன்
என்ற உறவே எனக்கு மேலானது!!!

METONIA WORDS

நீ என் மேல் வைத்துள்ள அன்பு எப்படியானது என்றால் கடலின் ஆழத்தை எப்படி கூற முடியாதோ அதனை விட பெரியது அண்ணா... என்னால் அளக்க முடியவில்லை!!!

நான் வானரமாக பிறக்கவில்லை ஆனால் என்னை வானரமாக மாற்றினாய் நீ...

நான் அழும் வேளையில் என் கண்ணீர் துளிகளை துடைக்க எங்கிருந்தோ ஓடி வந்தாய் அண்ணன் என்ற உறவில்

என்னை உன் சேட்டைகளால் அளவும் வைத்து ரசித்தாய் ....

என் உதட்டில் பூக்கும் ஒரு புன்னகைக்கு நீ எத்தனை துன்பங்களை தாங்கினாய்...

அண்ணா நீ மட்டும் போதும் எனக்கு--- நீ என்னோடு இருந்தால் எனக்கு அத்தனையும் கிடைத்துவிடும்

-Ranci

சகோதரிக்கு சில வரிகள் !!

விழியோடு பல கனவுகள்

சுமப்பவள் நீ !

வலியோடு பல ஏமாற்றங்கள்

கடந்தவள் நீ !!

வழியில் தடைகள் பல உன்னை

தொடர்ந்தாலும் !!!

உன் பளிங்கு முகம் அதில் புன்னகை

எனும் சூரிய ஒளியில் என்றும் மிளிரட்டும் !

பூக்கள் உன் மென்மையில் தோற்கும்,
மார்கழி

பனியும் உன் குளிர்வென் சொற்களில்
குளிரும் !!

உன் கண் இமைக்கு மைத் தீட்ட

கார்மேகங்களும் போட்டி போடும் !!!

அவளின் அன்பில் அன்னை என,
கண்டிப்பில்

தந்தை என பல தோற்றம் கொண்டவள் !

METONIA WORDS

படைத்தவன் ஏனோ எனக்கு மூத்தவளை
படைக்க

மறந்தான் காரணம் உன்னை தர தானோ
என்னவோ !!

ஓர் தாய் வயிற்றில் பிறந்தவர்கள் நாம்
அல்ல

இருந்தும் என்னடி என்றும் உடன் பிறந்த
மூத்தவள்

நீயே !!!

"என் உடன் பிறவா அக்காக்கள்

அனைவருக்கும் சமர்ப்பணம்"....

ரூபேஷ் பாபு வாசுதேவன்

-Roopesh Babu

TITTLE TATTLE

Gossip is how I called.

Irresistible to the ears of people.

Detested by truth,

Comforted by rumours.

Taking a bundle of boring truth,

Sewed together with colourful lies,

Perfectly polished by exaggeration,

They made a perfect masterpiece, canard.

So addictive, people find me.

Mouths of theirs never stop carrying me around.

Don't call me a murderer,

But let me put a secret in your ears.

I lay foundation for heartbreaks.

But still I survive,

Thanks for keeping me alive.

-Catherine Devakirubai J.

Start a work with a positive attitude. Not everyone gets the opportunity. Value your work and respect others because everyone is a master in their respective fields. It doesn't matter what actually the work is. Be like a diamond in your respective fields.

-Samiksha Kukreti

MAD POEM

Neurons, millions of them interlock to form a nervous system

That transfer the information to my brain

That gives me a vim

That give me an agon

Like, the book hundreds of pages that interlock to form a wise man

A material made from pulp

That gives better understanding about my passion to my brain

Writing that flew entirely through my vein

-Srisharan

MANUSCRIPT BY- NEEDLEWORK

Born in the city of love – Dehradun. Priyanshu Rastogi loves writing about his feelings and questions in his mind. His pen name is The Lonewolf which signifies the power of words. He is currently pursuing B.COM from Dehradun. He believes that writing all those could calm himself down and make him satisfied enough. writing is his voice, as sometimes his words are in there but no voice is coming out of his heart. He is an author of 'A_DEEP BHAAV' and a co-author of

'EDGE OF MILLENNIUM', 'SPARK FROM INFINTE'.

He works as a Manuscript maker-
"NEEDLEWORK"

He can be contacted at
manuscriptmaker@gmail.com

Instagram: - the_lone_lykan

'EDGE OF MILLENNIUM', 'SPARK FROM INFINTE'.